നിഴൽ ചങ്ങലകൾ

അടരാതെ പിന്തുടരുന്ന ചിലത്

പ്രസീത മാക്കൂട്ടത്തിൽ

Copyright © Praseetha Makkoottathil
All Rights Reserved.

This book has been published with all efforts taken to make the material error-free after the consent of the author. However, the author and the publisher do not assume and hereby disclaim any liability to any party for any loss, damage, or disruption caused by errors or omissions, whether such errors or omissions result from negligence, accident, or any other cause.

While every effort has been made to avoid any mistake or omission, this publication is being sold on the condition and understanding that neither the author nor the publishers or printers would be liable in any manner to any person by reason of any mistake or omission in this publication or for any action taken or omitted to be taken or advice rendered or accepted on the basis of this work. For any defect in printing or binding the publishers will be liable only to replace the defective copy by another copy of this work then available.

എന്റെ സ്വപ്നങ്ങളോടൊപ്പം എന്നും
പറന്നിരുന്ന അച്ഛനും അമ്മയ്ക്കും ...

സ്നേഹം പടർത്തി , എന്നെയൊരാളാക്കി
മാറ്റിയ പ്രിയ വീട്ടുകാർക്ക് ...

അക്ഷരങ്ങളും അച്ചടക്കവും പകർന്നെന്നെ
ശക്തിമത്താക്കിയ പ്രിയ അധ്യാപകർക്ക് ..

തോളൊപ്പം നിന്ന് , സ്നേഹവും കരുതലും
പകരം തന്ന പ്രിയ സുഹൃത്തുക്കൾക്ക് ...

എല്ലാത്തിലുമുപരി , എനിക്ക് വേണ്ടി
ഇവരെയൊക്കെയും, പിന്നെ ഇവർക്ക് വേണ്ടി
എന്നെയും കാത്തുകൊള്ളുന്ന സർവേശ്വരന്....

ഉള്ളടക്കം

ആമുഖം

എന്റെ ഒരായിരം സ്വപ്നങ്ങളിൽ വിലയേറിയ ഒരു സ്വപ്നമാണ് ഇവിടെ പൂത്തു തുടങ്ങുന്നത് . എന്റെ വാക്കുകളും വരികളും മണ്ണിൽ ബാക്കി നിൽക്കേണമെന്ന മോഹം എഴുതി തുടങ്ങിയ കാലത്തേ തുടങ്ങിയതാണ് . അതിനുള്ള വഴി പ്രസിദ്ധീകരണമാണ് എന്ന ചിന്ത ഉള്ളിലുദിച്ചതും പൂവണിഞ്ഞതും ഈ നേരത്താണെന്നു മാത്രം..

കൗമാരം അതിന്റെ എല്ലാ കുസൃതികളോടെയും കുറുമ്പുകളോടെയും പൂത്തുലഞ്ഞു നിൽക്കുന്ന നേരത്താണ് ഞാൻ എഴുതി തുടങ്ങുന്നത് . ചിന്തകളെ , മനസിന്റെ മാന്ത്രിക ചെപ്പുകളിൽ ഒളിച്ചിരിക്കുന്ന എന്റെ ചിന്താധാരകളെ വരികളും വാക്കുകളുമായി പുറത്തെടുക്കുമ്പോൾ ഞാൻ അനുഭവിക്കാറുള്ള ഒരു സാഹിത്യ സുഖം മറ്റെന്തിനേക്കാളും എന്നെ മോഹിപ്പിക്കാറുണ്ട് . വാക്കുകളിൽ അക്ഷരങ്ങളിൽ കൊളുത്തി നിൽക്കാറുള്ള മനസിനെ ഞാനെന്റെ സാഹിത്യപ്രണയം എന്ന് വിശേഷിപ്പിക്കാറുണ്ട് .

ഏറ്റവും ഒഴുക്കോടെയും ഒതുക്കത്തോടെയും എന്നിൽ നിന്നും പ്രവഹിക്കാറുള്ളത് കവിതകളാണെന്നു തോന്നിയിട്ടുണ്ട്. "പ്രസീത നന്നായി എഴുതുന്നല്ലോ" എന്നൊരിക്കൽ സ്കൂൾ പഠന സമയത് എന്നോട് പറഞ്ഞ എന്റെ പ്രിയ മലയാളം അധ്യാപികയാണെന്റെ ധമനികളിൽ എഴുത്ത് എന്ന ആശയം ആദ്യം നടുന്നത് . പിന്നെ അവ വളരുന്നത് തളിർക്കുന്നതും , കാലം കനിഞ്ഞു തന്ന പ്രിയ ഗുരുക്കന്മാരിലൂടെ തന്നെ എന്ന് പറയേണ്ടി വരും. എഴുത്തു

മത്സരങ്ങളിൽ സ്ഥിരമായി എന്നെ പങ്കു ചേർക്കാറുള്ള അധ്യാപകരെ മറക്കാനാവില്ല.

ഇന്ന് ഞാൻ വളർച്ചയുടെ യൗവന പർവങ്ങൾ താണ്ടുമ്പോൾ , എന്റെ പഠന മേഖലകളും , ഇഷ്ട മേഖലകളും ആംഗലേയ സാഹിത്യത്തിന്റെയും, ആംഗലേയ ഭാഷയുടെയും ഹിമ ശൃംഖങ്ങളിലേക്ക് ചേക്കേറിയിട്ടും എന്നിൽ ചിതലരിക്കാതെ നിൽക്കുന്ന മലയാള പദസമ്പത്തിനു കടപ്പാട്, അക്ഷരം പകർന്നു തന്നവരോടും, ആ അക്ഷരങ്ങളെ താലോലിക്കാൻ കെല്പും കെട്ടുറപ്പും തന്ന രക്ഷിതാക്കളോടും തന്നെ. അവരില്ലെങ്കിൽ ഞാനിങ്ങനെ ഒരു പുസ്തകമായി പൂത്തു നിൽക്കില്ലല്ലോ .

ആയുസിന്റെ ഓരോ ദിവസം കടന്നു പോകുമ്പോഴും, പരിചയപെടാറുള്ള പുത്തൻ പുതു സുഹൃത്തുക്കളിൽ വിലയേറിയ ചിലരുണ്ട്. അവർ എന്നോട് പങ്കു വെച്ച എന്റെ വ്യക്തി വലുപ്പത്തിന്റെ ആഴമാണ് ഇന്ന് ഒരു പുസ്തക രൂപേണ എന്നെ നിങ്ങളുടെ വായന വേളയിൽ എത്തിച്ച ഏറ്റവും സുന്ദരമായ കാരണം .

ഈ യാത്രയിൽ എന്നെ സഹായിച്ചവരോടും , പ്രചോദിപ്പിച്ചവരോടും , ചേർത്ത് പിടിച്ചവരോടും , എന്തെന്നില്ലാത്ത സ്നേഹമാണെപ്പോഴും ..

- പ്രസീതമാക്കൂട്ടത്തിൽ

മുഖവുര

മനുഷ്യൻ തന്നെയും ഒരു മഹാ കാവ്യമായ ഈ പ്രപഞ്ചത്തിൽ , എന്റെ തൂലിക വാക്കുകൾ ചേർത്ത് വെച്ചൊരു മാലേയം ഉണ്ടാക്കുന്നു. അവയെ ഞാൻ എന്റെ കവിതകൾ എന്ന് വിളിക്കുന്നു . അവയിൽ നിഴലുകളുണ്ട് , വെളിച്ചങ്ങളുണ്ട് , ചങ്ങലകളുണ്ട് , ചിന്തകളുണ്ട് ..എല്ലാത്തിലുമുപരി നമ്മളുണ്ട് ..

കടപ്പാട്

താനെടുത്ത ഫോട്ടോ, കവർ ഡിസൈൻ ആയി തന്നു സഹായിച്ച പ്രിയ സുഹൃത്തും, എന്റെ സഹപ്രവർത്തകനുമായ അനുഗ്രഹീത ഫോട്ടോഗ്രാഫർ **മുഹമ്മദ്(മലപ്പുറം)നോടുള്ള** കടപ്പാട് ഹൃദയത്തിന്റെ ഭാഷയിൽ, അതിലേറെ സൗഹൃദത്തിന്റെ ഊഷ്മളതയോടെ പറയുവാൻ ആഗ്രഹിക്കുന്നു ..

അവതാരിക

ഈ കവിതകൾ ചില നിഴലുകളാണ് . എന്നെ പിരിഞ്ഞു പോവാൻ വിസമ്മതിക്കുന്ന നിഴലുകൾ. ആ നിഴലുകൾ ഒരു ചങ്ങലയായി രൂപ മാറ്റം സംഭവിച്ചാൽ, അവ ഭേദിക്കാൻ ആവാത്ത "നിഴൽ ചങ്ങലകൾ" ആയേക്കാം എന്ന തിരിച്ചറിവിൽ നിന്നും ഉരുവമായ വരികൾ.

ഇവയിൽ ഇന്നത്തെ ലോകത്തിന്റെ നേർ സാക്ഷ്യങ്ങൾ നിങ്ങൾ കണ്ടേക്കാം. ചിലപ്പോൾ നിങ്ങളെ തന്നെയും കണ്ടേക്കാം. അതിലേറെ നാം എന്ന മനുഷ്യനെയും.

1. വേഷം

അനുസ്യൂതമൊഴുകുന്ന ജീവിത നദിയിൽ
നീന്തി തുടിക്കുവാൻ വേഷങ്ങൾ വാരി അണിയുന്നവർ
നാം
ചാർത്തി കിട്ടിയ വേഷങ്ങളെല്ലാം
അതി ഭാവുകത്വമാർന്നടി തീർക്കാൻ
വിധി തീർത്ത നാടക വേദിയിൽ
ചമയങ്ങളില്ലാതെ ഉയിർക്കുന്നവരാണ് നമ്മൾ
തിരശീല താഴ്ന്നോന്നു വീഴും വരെ
നടന വൈഭവം കൊണ്ട് നമ്മെളത്ര
നാടകങ്ങൾ അരങ്ങിലാടി വീഴുന്നു!
വേഷങ്ങൾ മാറുന്നതറിയാതെ
നമ്മളെത്രയോ രംഗങ്ങൾ ആദി തീർത്തു!
ഇനിയുമടങ് വേഷങ്ങളെത്രയോ ബാക്കി
കാലം നമുക്കായി കരുതി വെച്ച കറുത്ത വേഷങ്ങൾ
സ്വപ്നങ്ങളിൽ നാം വാരി നിറച്ച വർണ വേഷങ്ങൾ
അറിയാതെ ദേഹം എടുത്തണിയുന്ന കനൽ
വേഷങ്ങൾ
അറിഞ്ഞിട്ടും തട്ടി മാറ്റിയിട്ടും വിധി
വലിച്ചണിയിപ്പിക്കുന്ന
നിണം മണക്കുന്ന നിഴൽ വേഷങ്ങൾ
എല്ലാ വേഷങ്ങളും എടുത്തണിയാൻ
പ്രകൃതി കനിഞ്ഞു തന്നതൊരു ദേഹം മാത്രം

മാറി മാറി വേഷങ്ങൾ മാറ്റി കെട്ടുമ്പോഴേക്കും
വാർദ്ധക്യം എന്ന രക്ഷസ് മിഴികളെ മൂടും
ചർമങ്ങളിൽ ജര പടർത്തും
മുടിയിഴകളെ വെള്ളി വരകളാൽ വെളുപ്പിക്കും
അവസാനം മരണമെന്ന കറുത്ത വേഷവുമായി
ആറടി മണ്ണിലേക്ക് നഗ്ന മടക്കം
ഈ മടക്ക യാത്രക്ക് മുമ്പ് കൂടി ചേരേണ്ടവരാണ് നാം
ഈ മടക്കത്തിന് മുമ്പാണ് നാം പങ്കു വെക്കേണ്ടത് ,
സ്നേഹിക്കേണ്ടത്, സ്നേഹിക്കപ്പെടേണ്ടത് ,
പലതായി പിരിയേണ്ടത് , ഒടുക്കം
ഒരു ബിന്ദുവിൽ ഒന്നായി ചേരേണ്ടത് .
അനുവദിച്ചു കിട്ടിയത് ഏതാനും നാഴികകൾ മാത്രം
ഈ നാഴിക നേരത്തിനുള്ളിൽ ദ്രുത ഗതിയിൽ
വളരുന്ന ഒന്ന് മാത്രം -
"എനിക്കും നിനക്കുമിടയിലെ അകൽച്ചയുടെ
മതിൽക്കെട്ട്"

2. വെന്റിലേറ്ററുകൾ

ഓർമ്മത്തുരുത്തുകൾ ഒരു ആശ്വാസമാണ്
ഓർമകളുടെ സമ്മേളനമാണത്
പ്രണയത്തിനും, സൗഹൃദത്തിനും
സന്തോഷത്തിനും, ദുഃഖത്തിനും
വിരഹത്തിനും വേദനകൾക്കും
ഓർമ്മത്തുരുത്തിൽ ഒരേ ഭാഷയാണ് .
നഷ്ടപെട്ടതിന്റെയും കടന്നുപോന്നതിന്റെയും
ഹൃദയമെഴുതുന്ന കാവ്യ ഭാഷ.
ഓർമതുരുത്തുകൾ ഒരു ശാപമാണ് .
നഷ്ടങ്ങൾക്ക് അവിടെ കണ്ണീരിന്റെ ഭാഷയാണ്.
ഓർമകളാക്കാൻ ഇഷ്ടമില്ലാത്ത പലതും
ഓർമ്മത്തുരുത്തുകളിൽ കണ്ണീരുപ്പു നിറയ്ക്കും.
ഓർമ തുരുത്തുകൾ എവിടെയാണെന്ന്
ആർക്കുമറിയില്ല
ഹൃദയ നദിയുടെ തീരത്താണെന്നു ചിലർ
നഷ്ട സോർഗങ്ങളുടെ മടിത്തട്ടിലാണെന്നു ചിലർ
ഹൃദയ നദിയിലൂടെ ഒഴുകുന്ന ദ്വീപാണെന്നു കരുതി
നിഗൂഢമാണ് അവയെന്ന് പറയാനും മടിച്ചില്ല ചിലർ.
ഇന്നുമറിയില്ല ആർക്കും ഓർമ തുരുത്തുകളുടെ
ഉൽഭവം
എന്നിട്ടു പോലും അത് സംഭവിച്ചു !
ഓർമ തുരുത്തുകൾ വാങ്ങാൻ പലരും വന്നു .

പക്ഷെ, വിലയിടാൻ ആവാത്തതായി
എന്നിലവശേഷിക്കുന്നത് ഈ ചെറു തുരുത്തുകളാണ് .
ഓരോ നിമിഷവും അവ വളരുന്നതും
പ്രപഞ്ചത്തോളം പടരുന്നതും
എന്നിലൊതുങ്ങാതെ ചുറ്റും പറക്കുന്നതും
കാണാതെ പോവാൻ മാത്രം അന്ധയായിരുന്നില്ല ഞാൻ
ഓർമ തുരുത്തുകൾ കരയിപ്പിക്കുക പതിവാണ്
തിരിച്ചു വരാത്തവയെല്ലാം ഈ തുരുത്തിൽ
മാത്രമേയുള്ളൂ
പക്ഷെ ഇടയ്ക്കു വെളിച്ചം വീഴും
അതിൽ ഒരായുസ്സിന്റെ ചിരിയൊതുങ്ങും.
ഓർമ തുരുത്തുകൾ ഒരു മ്യൂസിയമാണ്
അമൂല്യമായതെല്ലാം അവിടെ മാത്രമേ കാണൂ
ഒരപൂർവ ശേഖരമാണത് .
എല്ലാമുണ്ട് ഓർമ തുരുത്തിൽ
കടന്നു വന്ന സംവത്സരങ്ങളുടെ ചരിത്രം
കണ്ണീരിന്റെ കയ്പ്
പുഞ്ചിരിയുടെ മധുരോന്മാദം .
എനിക്കിഷ്ടമാണ് ഈ തുരുത്തുകൾ
ഞാനിഷ്ടപ്പെടുന്നവ കുന്നോളമുണ്ടവിടെ .
പക്ഷെ അവ ഓർമ തുരുത്തുകൾക്ക് സ്വന്തമാണ്
ഓർത്തെടുക്കാനുള്ള സ്വാതന്ത്ര്യം മാത്രമേ എനിക്കുള്ളൂ

.

ഓർമ്മത്തുരുത്തുകളാണ്,
ഇന്നെന്റെ പ്രാണൻ നിലനിർത്തുന്നത്
എനിക്ക് പ്രാണവായു തരുന്നത്
എന്നിൽ സ്വപ്നങ്ങൾ അവശേഷിപ്പിക്കുന്നത്

ഓർമതുരുത്തുകൾ ഒരു ആശ്വാസമാണ്
ജീവൻ നിലനിർത്തുന്ന വെന്റിലേറ്ററുകൾ!

• 5 •

ഓർമതുരുത്തുകൾ ഒരു ആശ്വാസമാണ്
ജീവൻ നിലനിർത്തുന്ന വെന്റിലേറ്ററുകൾ!

3. കറുത്ത നക്ഷത്രം

എന്റെ വാക്കുകൾ കാറ്റിൽ പറന്നു പൊങ്ങി
സൂര്യനോളം അവ എത്തി നോക്കി
അവയുടെ സീൽക്കാര ഭേരി കേട്ട് ,
ഭൂതകാലത്തിന്റെ ചുവന്ന താളിൽ നിന്നും
ബ്രൂട്ടാസ് ചിരിച്ചുവോ? അഭിവാദ്യമോതിയോ?
കറുത്ത ശിലാ പാളികൾ മെല്ലെ നീക്കി
വെളിച്ചം വരുന്നുവോ? സത്യമാണോ?
സ്വപ്നമല്ലെന്നാരോ പറഞ്ഞത് സത്യമായയോ?
മുല്ലപ്പൂ മൊട്ടുകൾ മുടിയിൽ ചൂടി ,
വജ്രഹാരങ്ങളാൽ മെയ് നിറച്ചും
വെളിച്ചം വരുന്നുവോ?മുട്ടി വിളിച്ചുവോ?
ജാലക പാളികൾ മെല്ലെ തുറന്നു ഞാൻ
വെളിച്ചം പടർത്തുന്ന വെളിച്ചം കാണാൻ
എല്ലാ പ്രതീക്ഷക്കും വിരാമമിട്ട്
കറുത്ത നക്ഷത്രങ്ങൾ വിരുന്നു വന്നു
കടലോളം ഇരുളും ഒടുങ്ങാത്ത തിരയും
കൈകുമ്പിളിൽ തന്നു മാഞ്ഞു പോയി
ആദ്യത്തെ പാഠം അന്ന് ഞാൻ പഠിച്ചു
"വെളിച്ചത്തിനു നിറം കറുപ്പ് തന്നെ
മണ്ണിൽ മനുഷ്യൻ ഉണ്ടായ നാല് മുതൽ
സത്യമത്രെ വെളിച്ചം കറുപ്പ് തന്നെ"

4. മഹാമഴ കാവ്യം

മഴയൊരു മഹാ കാവ്യമാണ്
മണ്ണിൽ മഴയെഴുതിയതാണവളെ
അവളൊരു മഴ രചനയായിരുന്നു
മഴയൊരു ഇതിഹാസമാണ്
ഹൃത്തടത്തിൽ മഴ ഇഴ ചേർത്തതാണവളെ
മഴ വാത്സല്യമാണ്
മഴയെന്നോട് ചേർത്ത് നിർത്തിയതാണവളെ
വാത്സല്യമെന്ന അലിഖിത നിയമമാണ്
ഈ ചേർന്ന് നില്പിനാധാരം
മഴ സമ്മാനമാണ്
എന്നിൽ നിശ്വാസം അവശേഷിപ്പിക്കുന്ന
ചേതനയ്ക് പേര് മഴയെന്നാണ്
ഈ മഴയുള്ള കാലത്തോളമേ എന്നിൽ ചേതനയുള്ളൂ
ഞാൻ നിലച് ഈ മഴ മാത്രം അവശേഷിച്ചാലും,
ഈ മഴ നിലച് ഞാൻ അവശേഷിക്കയില്ല

5. കുമ്പസാരം

ഏറ്റു പറയാൻ പാപങ്ങളുണ്ടാകുമ്പോൾ
കുമ്പസാരങ്ങൾക്ക് ശക്തി വർധിക്കും
കടന്നു പോന്ന മുൾപാതകളത്രയും
സ്വപ്നങ്ങളിൽ നിറച്ച വർണങ്ങളത്രയും
കരിനിഴൽ പതിച്ചതായിരുന്നെന്ന തിരിച്ചറിവ്
ആത്മാവിനെ നയിച്ചത് ഏറ്റു പറച്ചിലിന്റെ
കുമ്പസാര ഇട നാഴികളിലേക്കാണ്.
ഇട നാഴി ചുവരുകളിൽ വന്നലച്ച
കണ്ണീരുണങ്ങാത്ത നിലവിളികൾക്ക്
ഞാനെന്ന പാപിക്ക് ഉത്തരങ്ങളുണ്ടായിരുന്നില്ല.
അന്യന്റെ കണ്ണീരു വളമാക്കി നേടിയ സ്വർഗങ്ങൾ,
അയൽക്കാരന്റെ തലയറുത്ത് വില പറഞ്ഞ
സാമ്രാജ്യങ്ങൾ,
കൂടപ്പിറപ്പിന്റെ ജീവൻ ബലി കൊടുത്ത് നേടിയ
ചോര ചുവപ്പ് തെറിക്കുന്ന പനിനീർ പൂവ്..
പാപങ്ങൾ ഏറ്റു പറയുമ്പോൾ പക്ഷെ,
പടവെട്ടി നേടിയ സാമ്രാജ്യങ്ങൾ കൂട്ട് വന്നില്ല.
പാപം വിതച്ചു പാപം കൊയ്യുന്ന
എന്റെ പുൽമെടുകളിലൊരിക്കലും പിന്നെ
ഹൃദയ പുഷ്പങ്ങൾ വിരിഞ്ഞതേയില്ല
കറുത്ത രാത്രികൾ അല്ലാതെ മറ്റൊന്നും
ആ പുൽമെടുകളിൽ നിന്ന് ഞാൻ കൊയ്തെടുത്തില്ല

ഈ വർത്തമാന നിമിഷത്തിൽ പോലും
എന്നിൽ പാപം പെയ്തു കൊണ്ടിരുന്നു
കർമ ഭൂമികയിൽ നിന്നും കടമെടുത്ത
വെള്ളി വെളിച്ചം കൊണ്ടാണ് ഞാനെന്റെ
തൂലികക്ക് കറുപ്പ് നിറം പകർന്നത്.
എന്റെ കുമ്പസാരവും ഒടുക്കം കേൾക്കപ്പെട്ടു.
ദൈവ ഭൂമികയിലേക്ക് ഞാൻ ക്ഷണിക്കപ്പെടാത്ത
അതിഥിയായി.
നാളെ ഒരുപക്ഷെ ഈ അതിഥി മന്ദിരത്തിൽ
ഞാനൊരു അന്തേവാസിയായി തീർന്നേക്കാം.
പാപം ഇറ്റ് വീഴുന്ന നിശ്വാസങ്ങളുമായി
പിന്നിട്ടു തീർന്ന വഴികളിലേക്ക്
തിരിഞ്ഞു നോക്കിയപ്പോൾ അറിഞ്ഞതെല്ലാം
ഒരു വേള നെഞ്ചിടിപ്പ് നിശ്ചലമാക്കി!
വഴിയോരങ്ങളിലെ ചൂണ്ടു പലകകൾ
ദശകങ്ങളായി എന്നോട് ഒളിച്ചു കളിക്കുകയായിരുന്നു
നേരെന്നു കരുതി നടന്ന വഴികളിലെ ചൂണ്ടാണികൾ
വെറും സങ്കൽപ സൃഷ്ടികൾ മാത്രമായിരുന്നു.
കുമ്പസാര കൂടിനോട് വിട പറയുമ്പോൾ
പൊള്ളയായ സങ്കല്പ സൃഷ്ടികളെ വഴിയിലുപേക്ഷിച്
വീണ്ടും പിന്നിട്ട പാതകളിലേക്ക് തിരിച്ചു നടന്നപ്പോൾ
നിലാവിന്റെ സൗകുമാര്യം ഞാനറിഞ്ഞു
സുഗന്ധവഹിയായ കാറ്റിന്റെ ചുംബനങ്ങളറിഞ്ഞു
ഇത്ര നാളും ഞാനറിയാതെ പോയ സൗന്ദര്യങ്ങൾ
എനിക്ക് ചുറ്റും വർണങ്ങൾ വിതറി.
ഒളിച്ചു കളിച്ച ചൂണ്ടു പലകകൾ
ഇന്നെനിക് വഴിയൊരുക്കുന്നു.

ആ വഴിയോരങ്ങളിൽ എന്റെ നഷ്ടങ്ങൾ ഉറങ്ങുന്നത്
വേദനയോടെ ഞാനറിഞ്ഞു.
വിളിച്ചുണർത്താൻ ഞാനേറെ ശ്രമിച്ചു
പക്ഷെ,
ഞാനവയെ കടന്നു പോന്നിട്ട് യുഗങ്ങളായെന്നറിഞ്ഞു.
ഒടുക്കം ഒരു നിർവചനം കൂടി
ഞാനെന്റെ താളിയോലകളിൽ വിളക്കി ചേർത്തു
"നാഥനില്ലാതെ പോയ സ്വപ്നങ്ങളാണ് നഷ്ടങ്ങൾ"
ഞാനൊരു കുറ്റവാളിയായി തീർന്നിരിക്കുന്നു.
ഞാനെന്റെ സ്വപ്നങ്ങളെ അനാഥമാക്കിയിരിക്കുന്നു
ഒരു കോടതിയും എനിക്ക് പക്ഷെ തൂക്കുമെരം വിധിച്ചില്ല
ഒരാളുമെന്റെ കൈയിൽ വിലങ്ങണിയിച്ചില്ല
ആരും പൊതു താല്പര്യ ഹർജികളുമായി
എന്നോട് യുദ്ധം പ്രഖ്യാപിച്ചില്ല
എന്റെ സ്വപ്നങ്ങളെ സനാഥമാക്കാൻ
അനാഥാലയങ്ങൾ മത്സരിച്ചതുമില്ല.
ഉപേക്ഷിക്കപ്പെട്ട സമ്മാനങ്ങൾ പോലെ
അവയിന്നുമെന്റെ ഭൂതകാലത്തിന്റെ
ഇടനാഴി മുറികളിൽ തളർന്നുറങ്ങുന്നു.
എന്നിൽ പുതിയ സ്വപ്നങ്ങൾ വന്നു ചേർന്നു.
ഒടുക്കം പഴയ സ്വപ്നങ്ങൾക്ക്
കാവൽക്കരനെയും നഷ്ടമായി.
ഓർമ താളുകളിൽ അവ ജീവിച്ചു
ഒരു കുമ്പസാരം പോലെ!

6. കാൽ അറുത്തതിൽ പിന്നെ

കാലത്തിനൊപ്പം തളരാതെ ഓടിയ
എന്റെ കാലുകൾ നീ വെട്ടി മാറ്റി .
കാലമെന്റെ നല്ല ചങ്ങാതിയാണെന്നറിയാതെ .
കാലുകളില്ലാതെ ഇഴഞ്ഞു നീങ്ങുമ്പോൾ
കാലമെന്നോക്കാൾ കാതങ്ങൾ അകലെയാണ് .
വിശ്രമമില്ലാതെ ഇഴഞ്ഞു തളരുന്ന വേദന
വാൾമുനകൾ പതിച്ചതിനേക്കാൾ നൂറിരട്ടിയാണ്
എന്നിട്ടുമിന്നും ഇഴഞ്ഞു ജീവിക്കുന്നത്
എന്നെങ്കിലും കാലത്തിനൊപ്പമാകുമെന്ന
പ്രതീക്ഷയിലാണ്.
ഞാനൂഹിച്ചതിലും ദൂരെയാണ് കാലമിന്ന്.
അതെന്നെ നോക്കി പൊട്ടിച്ചിരിക്കുന്ന പോലെ .
കാലത്തിനേക്കാൾ വേഗത്തിലോടുവാൻ കെല്പുള്ള
കാലുകൾ നീ തന്നുവെങ്കിൽ,
കാലചക്രത്തെക്കാൾ വേഗത്തിലോടി ഞാൻ
സ്മിതം എറിഞ്ഞു നിന്നേനെ!

7. ചരമം

പിറവി കൈക്കൊള്ളുന്ന നിമിഷം മുതൽ നാം
ഓടി കിതയ്ക്കുന്നു പല വഴിയേ
ഒടുക്കമെല്ലാ കിതപ്പും ചരമ കോളത്തിൽ
ഒതുക്കി കിടത്തി വിട കൊള്ളുവോർ നാം
വിട പറയുന്ന നിമിഷം വരേയ്ക്കും
ഓടികിതച്ചത് സുഖത്തിനായല്ല
മരിച്ചീ ചരമ കോളത്തിലിടം പിടിക്കാൻ മാത്രം!
ഞാനും നീയും നമ്മുടെ സ്വപ്ന സ്വർഗങ്ങളും
ഓടിക്കിതച്ചു ഒടുക്കം നിലയ്ക്കുന്നതീ ചരമ
കോളത്തിൽ
വെളിച്ചമെത്താത്തതാമീ കറുത്ത കോളത്തിൽ

8. താണ്ഡവം

മുടിയഴിച്ചാടുന്നു നീ കാലമേ
മതിമറന്നാടുന്നു നീ
രൗദ്ര ഭാവങ്ങളെല്ലാം മെയ്യിൽ വാരിച്ചൂടി
തെയ്യമാടുന്നു നീ
നിന്റെ സ്നേഹ ഭാവങ്ങൾ കാത്തെൻ
നിറങ്ങളുറങ്ങുന്നു നിഴലിൽ
ആർത്തിരമ്പുന്നു നീ
തിരയാളകളാലെന്റെ നെഞ്ചിൽ
നിന്റെ താപ സമുദ്രങ്ങളിൽ
ഞാൻ നില തെറ്റി വരളുന്നു പതിയെ

9. വ്യാമോഹം

നിന്നിൽ നിറയേണമെന്ന വ്യാമോഹത്തിനാൽ
താണ്ടിയ വനപർവങ്ങളൊക്കെയും
ദുഃഖ കാണ്ഡങ്ങളായി പരിണമിക്കേ ,
ഏതു പാഴ്വാക്കിനാലൊന്നു-
പിഴവേകി കാലം , നഖമാഴ്ത്തി
നെഞ്ചിലൊരു മുറിവേകി മാഞ്ഞു.
അരുതെന്നാരോ പറഞ്ഞതോ അറിഞ്ഞില്ല
ഭൂതകാലത്തിന്റെ തടവിലോ ഞാൻ ?
നിന്നെ മാത്രം തേടിയെത്തുമൊരുനാൾ ഞാൻ
നിൻ മിഴികളോ, തവ നിശ്വാസമോ അറിയാതെ
വന്ദിച്ചു, കണ്ണുനീരിൽ ഏകയായി
മടങ്ങുമെന്നൊന്നു മനതാരിൽ
നിനച്ചോട്ടെ അകൈതവം

10. യാത്ര

യാത്രയിൽ തുടങ്ങുന്നു നിന്നിലേക്ക്
അല്ല, നീ തന്നെയാകുവാനുള്ള യാത്ര
നിന്റെ നിഴലാകുവാനുള്ള തീർത്ഥയാത്ര
പാതകളൊരുക്കുന്ന ജൈത്ര യാത്ര

11. കൂടെ പിറന്നതിനിപ്പുറം

ഒരു വർഷമിടവിട്ട് ഉരുവമായൊരു നമ്മൾ
ഒരേ ചോര പങ്കിട്ട് ഉയിര് പകുത്തോരു നമ്മൾ
പല നേരമടികൂടി ഒരു സ്നേഹമായൊർ നാം
നീ ഞാനല്ല, ഞാൻ നീയുമല്ലെങ്കിലും..
ചില നേരം ഒരേ തരംഗങ്ങൾ ഉള്ളിൽ
പ്രകടിപ്പിക്കുവോർ നാം
അടുത്തല്ല നമ്മളീ ദിനമെങ്കിലും,
അകലെയുമല്ല ഒരേ ചോര ധമനികളിൽ വഹിക്കുന്ന
നാം
ഒരു വിളിക്കപ്പുറം ഉണ്ടായിരിക്കട്ടെ നമ്മൾ പരസ്പരം,
ഒരു നിഴൽപാടിന്റെ അകലവും ഇല്ലാതെ
നീങ്ങട്ടെയെന്നും

12. ചെടിയാവണം

ആദ്യം എനിക്കൊരു ചെടിയാവണം ...
പിന്നെ വളർന്നൊരു മരമാകണം...
പിന്നെ പടർന്നു പന്തലിച്ചൊരു വനമാകണം...
ആ വനാന്തരത്തിലെ ഓരോ പുല്ലോടും, ചെടിയോടും
തായ് വേരുകളാൽ ചുറ്റി പിണഞ്ഞ്,
നിത്യ നിതാന്ത സ്നേഹാനുകമ്പയുടെ തീരത്തേക്ക് കട
പുഴകി വീഴണം...
വേരാർന്നു വീണ്ടും തളിർക്കണം...
ചെടിയാവണം...
പിന്നെയും മരമാകണം...
വനമാകണം... തുടരണം.....
അല്ലെങ്കിലും പടർന്നു കഴിഞ്ഞാൽ
പിന്നെ മനുഷ്യന് മരണമില്ലല്ലോ

13. മനുഷ്യരിങ്ങനെ

നാം നമുക്ക് ശ്വാസവും ചിരിയുമായിടാം
നാം നമുക്ക് പാലവും പുതപ്പുമായിടാം
നാം നമുക്ക് രാവിലും പകല് നൽകിടാം
നാം നമുക്ക് ഇരുളിലും വെളിച്ചെമേകിടാം
ഇതിലുമപ്പുറം നാം മനിഷ്യരെങ്ങനെ,
സ്നേഹം പങ്കു വെച്ച് പങ്കു വെച്ച് ധനികരായിടും

14. വെള്ളവും വളവുമായോര്‍

കടലാഴമുള്ളവര്‍,
കടലോരമായവര്‍,
കടലിന്റെ ആഴങ്ങള്‍ ഉള്ളില്‍ കരുതുന്നവര്‍,
കടലായി നിന്നവര്‍,
കുട തന്നു പോയവര്‍,
കടം തന്നതൊക്കെയും തീരാ കടം!
പാല്‍ നിലവായവര്‍,
പാലമൃതു തന്നവര്‍,
പാലാഴി പോലെ പുഞ്ചിരിച്ചോര്‍!
പൂവായി നിന്നവര്‍,
പൂന്തേന്‍ ചൊരിഞ്ഞവര്‍,
പൂവിന്റെ നൈര്‍മല്യം കാത്തുവെച്ചോര്‍!
പുഴയായി നിന്നവര്‍,
പുഴ പോല്‍ പൊതിഞ്ഞവര്‍,
തുഴ തന്നു തോഴരായി തേടി വന്നോര്‍!
വഴി തന്നു പോയവര്‍ ,
വഴിയില്‍ പിരിഞ്ഞവര്‍,
വഴി തന്നെയായും നിന്നു തന്നോര്‍!
ചിരിയായി പൂത്തവര്‍,
ചിരിയാലേ നിന്നവര്‍,

ചിരി കൊണ്ട് കണ്ണും നനച്ച കൂട്ടർ!
ഇവരെല്ലാമാകുന്നു ഞാനെന്ന പൂച്ചെടിക്കുയിരാലെ
, വെള്ളവും വളവുമായോർ!

15. അപ്പൂപ്പൻ താടികൾ

കരയാൻ തുളുമ്പുമ്പോൾ പുഴ പോലെ കരയുക
ചിരിക്കാൻ തുടിക്കുമ്പോൾ ആർത്തങ്ങു ചിരിക്കുക
നമൊക്കെയും അപ്പൂപ്പൻ താടികൾ...
അപ്പപ്പോൾ പൊട്ടി പറക്കുന്ന രേണുക്കൾ
ഏതോ വടക്കൻ കാറ്റിൽ ഉലയാതെ പടരുന്ന തുമ്പികൾ

16. മഹാ മനീഷികൾ

കടലുകൾക്കപ്പുറം ചെന്ന് നിൽക്കൂ
സൂര്യന്റെ നെഞ്ചോട് ചേർന്ന് നിൽക്കൂ
നക്ഷത്രങ്ങളെ തോളിലേറ്റൂ
ആകാശങ്ങളിൽ പടർന്നു കേറൂ
സൗരയൂഥങ്ങളെ കീഴടക്കൂ
നമ്മിൽ ക്ഷീരപഥങ്ങൾ നിറച്ചു നിൽക്കൂ
നാമൊക്കെയും മഹാ മനീഷികൾ
പകർന്നലിഞ്ഞൊഴുകിയൊഴുകി,
നര ജന്മ സുകൃതം തേടി നിൽകുവോർ

www.ingramcontent.com/pod-product-compliance
Lightning Source LLC
Chambersburg PA
CBHW020852160726
47993CB00004B/1627